കണികാണാൻ
ബാലകവിതകൾ

kanikanan
balakavithakal

●

krishnankutti madavoor

●

first edition
november 2012

●

typesetting & published
chintha publishers, thiruvananthapuram

●

●

cover & illustration
sivan

●

വിതരണം

ദേശാഭിമാനി ബുക്ക് ഹൗസ്

H O തിരുവനന്തപുരം–695 035
www.chinthapublishers.com
chinthapublishers@gmail.com

ബ്രാഞ്ചുകൾ

ഹെഡ്ഡാഫീസ് ബ്രാഞ്ച് കുന്നുകുഴി ● ഓവർബ്രിഡ്ജ് തിരുവനന്തപുരം ● കെ എസ് ആർ ടി സി ബസ് സ്റ്റേഷൻ ആലപ്പുഴ ● കെ എസ് ആർ ടി സി ബസ് സ്റ്റേഷൻ എറണാകുളം ● മച്ചിങ്ങൽ ലെയ്ൻ തൃശൂർ ● ഐ ജി റോഡ് കോഴിക്കോട് ● കെ എസ് ആർ ടി സി ബസ് സ്റ്റേഷൻ കോഴിക്കോട് ● എൻ ജി ഒ യൂണിയൻ ബിൽഡിങ് കണ്ണൂർ ● സെൻട്രൽ ബസ് ടെർമിനൽ കോംപ്ലക്സ് താവക്കര കണ്ണൂർ

CO - 1849 / 3084

കണികാണാൻ

ബാലകവിതകൾ

കൃഷ്ണൻകുട്ടി മടവൂർ

ചിന്ത പബ്ലിഷേഴ്സ്
തിരുവനന്തപുരം–695 035

കൃഷ്ണൻകുട്ടി മടവൂർ

തിരുവനന്തപുരം ജില്ലയിലെ മടവൂരിൽ ജനനം. ആനുകാലികങ്ങളിലൂടെയും ആകാശവാണിയിലൂടെയും അനേകം കവിതകൾ പ്രകാശിതമായി. *അക്ഷരം തിളയ്ക്കുമ്പോൾ* (കവിതാസമാഹാരം) *പള്ളിക്കൂടത്തിലേക്ക്* (ബാലസാഹിത്യം) *ലെനിന്റെ ബാല്യകാലം* (ജീവചരിത്രം) *കുഞ്ഞാമിയും കൂട്ടുകാരും* (ബാലനോവൽ) *നേര്* (കവിതാ സി ഡി), *പുതു കടങ്കവിതകൾ* (ബാലസാഹിത്യം) എന്നിവയാണ് പ്രസിദ്ധീകരിച്ച കൃതികൾ. 2006 ൽ കേരള ഗവൺമെന്റിന്റെ പ്രൊഫ. ജോസഫ് മുണ്ടശ്ശേരി ബാലസാഹിത്യ പുരസ്കാരം, 2009 ൽ കേരള സെക്രട്ടറിയേറ്റ് എംപ്ലോയീസ് അസോസിയേഷന്റെ സാംസ്കാരിക വിഭാഗമായ 'രചന 'യുടെ സുരേന്ദ്രൻ സ്മാരക കവിതാപുരസ്കാരം, കോട്ടയം പരസ്പരം മാസികയുടെ എം കെ കുമാരൻ സ്മാരക സാഹിത്യ പുരസ്കാരം ഇവ ലഭിച്ചിട്ടുണ്ട്. അധ്യാപകനാണ്. ഇപ്പോൾ തിരുവനന്തപുരം നോർത്ത് യു ആർ സി യിൽ പരിശീലകൻ. കെ എസ് ടി എ നോർത്ത് സബ്ജില്ലാ ജോയിന്റ് സെക്രട്ടറിയാണ് പുരോഗമന കലാസാഹിത്യ സംഘം പ്രവർത്തകൻ.

ഭാര്യ	:	സുനിത എസ് ടി
		(വഞ്ചിയൂർ പോസ്റ്റാഫീസ്, തിരുവനന്തപുരം)
മക്കൾ	:	അനന്തകൃഷ്ണൻ, അനാമിക
		(പൊതു വിദ്യാലയങ്ങളിൽ പഠിക്കുന്നു)
വിലാസം	:	സി ആർ എ 40, തുമ്പറ ലെയിൻ,
		കോൺവെന്റ് റോഡ്,
		തിരുവനന്തപുരം-1
ഫോൺ	:	9447584419.

ഉള്ളടക്കം

ഇത്രമാത്രം

കുഞ്ഞുങ്ങൾക്കായി അവരിഷ്ടപ്പെടുന്ന കുറച്ചു കവിതക ളുമായി ഞാൻ വീണ്ടും വരുന്നു; നന്മകൾ അപ്രത്യക്ഷ മായിക്കൊണ്ടിരിക്കുന്ന ഒരു ലോകത്ത്, നന്മ നിറഞ്ഞ കുറച്ചു കണിക്കൊന്നപ്പൂങ്കുലകളുമായി. ഒരു പുതുലോ കത്തിന്റെ പൊന്നുഷസ്സ് കൊതിക്കുന്ന മുതിർന്നവർക്ക് കണിയൊരുക്കാൻ ഈ പുഷ്പങ്ങൾ ഉതകുമെന്ന് പ്രതീ ക്ഷിക്കട്ടെ. ഇതുവരെ നിങ്ങൾ തന്ന സ്നേഹവും സഹക രണവും തുടർന്നും പ്രതീക്ഷിച്ചുകൊണ്ട്,

നിങ്ങളുടെ സ്വന്തം

കൃഷ്ണൻകുട്ടി മടവൂർ

ഇത്തിരി കൊന്നപ്പൂവ്

പ്രൊഫ. വി എൻ മുരളി

ബാലസാഹിത്യരചന അതീവഗൗരവത്തോടെ കാണേണ്ട ഒരു സർഗപ്രക്രിയയാണ്. സൂക്ഷ്മതയും ശ്രദ്ധയും വളരെ കൂടുതൽ വേണം. സങ്കീർണതയിൽനിന്നും ലാളിത്യത്തിലേക്ക് സഞ്ചരിക്കാൻ കഴിയണം. എഴുത്തുകാരന്റെ പൂർണതയെ തെളിയിക്കുന്നതാണ് ബാലസാഹിത്യം. ഇന്ന് ബാല്യം സാങ്കേതികതയിൽ തളച്ചിടപ്പെടുകയാണ്. കമ്പ്യൂട്ടറിന്റെ യാന്ത്രികതയിലേക്ക് ചുരുങ്ങാനല്ല, വിശാലമായ മാനവികതയിലേക്ക് വളരാനാണ് കുട്ടിയെ തയാറാക്കേണ്ടത്. പ്രകൃതിയും പൂക്കളും പുഴകളുമായി ഇണങ്ങിവളരാൻ കുട്ടികൾക്ക് അവസരമൊരുക്കണം. അവരിൽ പ്രതീക്ഷയും ആത്മവിശ്വാസവും വളർത്തണം; ജീവിതത്തിന്റെ പാഠങ്ങൾ പകർന്നു നൽകണം. ദീപ്തമായൊരു ലക്ഷ്യബോധം സൃഷ്ടിക്കണം.

പേരിൽ മാത്രമല്ല കൃഷ്ണൻകുട്ടി മടവൂരിന്റെ മനസിലും ഒരു കുട്ടിയുണ്ട് എന്നു തെളിയിക്കുന്ന ഒരു കവിതാസമാഹാരമാണ് *കണികാണാൻ*. എഴുത്തുകാരൻ ഒരു കൊച്ചുകുട്ടിയെപ്പോലെയാണെന്ന് ഫ്രോയ്ഡ് പറയും. കൊച്ചുകൊച്ചുസാധനങ്ങൾ പെറുക്കിവച്ച് കളിപ്പാട്ടങ്ങളുണ്ടാക്കുന്ന കുട്ടിയുടെ മനസ്സ് കവിക്കുണ്ടാകണം. അയാൾ വാക്കുകൾ പെറുക്കിവച്ച് സൃഷ്ടി നടത്തുകയാണ്. ശിശുഭാഷണത്തിന്റെ ഘടന വേണ്ട രീതിയിൽ കൃഷ്ണൻകുട്ടി തിരിച്ചറിയുന്നുണ്ട്. മനുഷ്യഭാവന ഏറ്റവുമധികം

ഉണർന്നുപ്രവർത്തിക്കുന്ന കാലമാണ് ബാല്യം. അതിനാൽ മുതിർന്നവർക്കായി എഴുതുന്നവരേക്കാൾ ഭാവനാശാലികളായി രിക്കണം കുട്ടികൾക്ക് വേണ്ടി എഴുതുന്നവർ. ഈ മനഃശാസ്ത്രം കൃഷ്ണൻകുട്ടി നന്നായി മനസിലാക്കിയിട്ടുണ്ട്.

നമുക്ക് നഷ്ടമാകുന്ന പ്രകൃതിയെപ്പറ്റി, വളരുന്ന തല മുറയുമായി ഉൽക്കണ്ഠകൾ പങ്കുവയ്ക്കുന്ന നിരവധി കവിത കൾ ഈ സമാഹാരത്തിലുണ്ട്. വയലുകളും കുളങ്ങളും തവള കളുമില്ലാത്തൊരു ലോകത്തേക്ക് ഞാനില്ലെന്നും, പിച്ചവച്ച് നാം വളർന്ന പച്ചമണ്ണു വിറ്റു നാം തുട്ടുനാണയങ്ങൾ നേടിയെത്രനാൾ കഴിഞ്ഞിടും എന്നും വിവിധതരത്തിൽ ഇന്നത്തെ ദുരവസ്ഥ കട ന്നുവരുന്നുണ്ട്. എന്നാൽ ഇതെല്ലാം കണ്ട് കണ്ണുനീർ പൊഴിച്ചി രിക്കാനുള്ളതല്ല ജീവിതമെന്നും നാടിന്റെ മാനം കാക്കാനുള്ള പോരാട്ടത്തിൽ പങ്കാളികളാകാൻ തയാറാകണമെന്നുമുള്ള ഉറച്ച ആശയം കവിതയിലൂടെ നൽകാനും കൃഷ്ണൻകുട്ടി മറക്കു ന്നില്ല.

കുട്ടികളെ ബോധപൂർവം വർഗീയ ചിന്തയിലേക്കും ജാതീ യതയിലേക്കും മതാന്ധതയിലേക്കും വഴിതിരിച്ചുകൊണ്ടുപോ കുന്നതിന്റെ അപകടം ഈ കവി കാണുന്നുണ്ട്. എന്തിനു ജാതി, മതങ്ങളുടെ പേരിൽ തല്ലിക്കീറിച്ചാകുന്നു എന്ന ചോദ്യം മതേ തര ജീവിതത്തിന്റെ അനിവാര്യത കുട്ടികളിൽ ഉണർത്താൻ വേണ്ടിത്തന്നെയാണ്. ഒരു പൂക്കളത്തിലെ പൂനിരപോലെ ഒന്നാ കേണ്ടവരാണ് മനുഷ്യർ. അവരെ പലതാക്കി തകർക്കാൻ ഇത്തി രിവട്ടംമാത്രം കാണമവരും ഇത്തിരിവട്ടം ചിന്തിക്കുന്നവരുമായ മതഭ്രാന്തന്മാർ ശ്രമിക്കുകയാണ്. വർഗീയത ഒളിഞ്ഞും തെളിഞ്ഞും സാഹിത്യരചനകളിൽ കടന്നുവരുന്ന ഇക്കാലത്ത് അതിനെതിരെയുള്ള ബദൽ രചനകളായി ഈ സമാഹാരത്തിലെ പല കവിതകളും മാറുന്നുണ്ട്. തിന്മകൾക്കെതിരെ പൊരുതി മുന്നേറുന്നതാണ് ജീവിതം. മനുഷ്യമോചനത്തിന്റെ രാഷ്ട്രീയം നല്ലതുപോലെ മനസിലാക്കിയിട്ടുള്ള കവിയാണ് കൃഷ്ണൻകുട്ടി മടവൂർ. ഈ സമാഹാരത്തിലെ എല്ലാ കവിതകളുടെയും അന്തർധാര മഹത്തായ മാനവികതയിലൂന്നിയ ഈ ദർശനമാണ്. നാടിന് വേണ്ടി പൊരുതുക നാം എന്ന് ധീരതയോടെ കവി ആവർത്തിച്ചു പറയുന്നു. എഴുത്തുകാരന്റെ ധീരമായ ശബ്ദ

ത്തിന്റെ പേരാണ് പുരോഗമനസാഹിത്യം. ഈ അർഥത്തിൽ കൃഷ്ണൻകുട്ടി പുരോഗമനസാഹിത്യത്തിന്റെ പതാകവാഹക നാണ്.

കൃഷ്ണൻകുട്ടിയുടെ കവിതാസമാഹാരങ്ങളിലെല്ലാം കടന്നു വരുന്ന ഒരു പൊതുപ്രമേയം ഇന്നത്തെ വിദ്യാഭ്യാസ സമ്പ്രദാ യത്തിന്റെ അശാസ്ത്രീയതയാണ്. നല്ലൊരധ്യാപകന് അതേക്കു റിച്ച് ആലോചിക്കാതിരിക്കാനാവില്ല. കുട്ടിയുടെ ഇഷ്ടം നോക്കാതെ അവനെ ഡോക്ടറും എഞ്ചിനീയറുമാക്കാൻ പാടു പെടുന്ന രക്ഷിതാക്കളുടെ തള്ളിക്കയറ്റത്തിന്റെ കാലമാണിത്. മാഷാകാനും, പഞ്ചാരിമേളപ്പദക്കാരനായ ആശാനാകാനു മൊക്കെ കൊതിക്കുന്ന കുട്ടികളുടെ ചിറക് കുരുന്നിലേ നമ്മൾ അരിഞ്ഞുതള്ളുകയയാണ്. 'ആരാകണം' എന്ന കവിത ഇന്നത്തെ തലതിരിഞ്ഞ വിദ്യാഭ്യാസ രീതിയുടെ നല്ല വിമർശനമാണ്.

മാതൃഭാഷയെ മറക്കുന്ന മലയാളി ഇന്ന് പെറ്റമ്മയെ ഉപേ ക്ഷിച്ച് പോറ്റമ്മയുടെ പിറകേ പായുകയാണ്. ഭാഷ നശിച്ചാൽ ഒരു സംസ്കാരമാണ് നഷ്ടമാകുന്നത്. തൊട്ടിലാട്ടിയ ജനനി യുടെ ഗാഥയായ മലയാളം കുട്ടികളിൽനിന്നും അന്യമാകുന്ന തിലുള്ള ദു:ഖമാണ് 'എന്റെ മലയാളം' എന്ന കവിത. മലയാള ത്തിലൂടെയാണ് നമ്മൾ നമ്മുടെ ചരിത്രത്തെ തിരിച്ചറിയുന്നത്. ഭാഷയില്ലെങ്കിൽ നമുക്ക് സാമൂഹ്യജീവിതമില്ല. ഇന്നലെകളെ ഇന്നുമായി ബന്ധിപ്പിച്ച് നാളെയോട് കണ്ണിചേർത്തു നിർത്തുന്ന മാതൃഭാഷയുടെ മഹത്വം പല കവിതകളിലും കൃഷ്ണൻകുട്ടി ഓർമിപ്പിക്കുന്നുണ്ട്. വിദ്യാലയങ്ങളിലും ഗൃഹാന്തരീക്ഷത്തിലും വൈദേശികഭാഷയുടെ ആധിപത്യം വലിയ തോതിൽ കടന്നു വരുന്ന കാലമാണിത്. ഇന്നുള്ള മലയാളം തന്നെ ഇ എം എസ് സൂചിപ്പിച്ചതുപോലെ മലയാളിയുടെ മലയാളമല്ല, ഇംഗ്ലീഷുകാ രന്റെ മലയാളമാണ്. ചാനലുകളിൽ മലയാളത്തെ വികൃതമാ യിട്ടാണ് അവതരിപ്പിക്കുന്നത്. നമ്മുടെ കുട്ടികൾ വളരുന്നത് ചാന ലുകളിലെ ഈ വഷളൻഭാഷ പഠിച്ചുകൊണ്ടാണ്. കുട്ടിയുടെ വ്യക്തിത്വഘടനയെപ്പോലും ഗുരുതരമായി ബാധിക്കുന്നതാണ് ഈ പ്രശ്നം. പ്രാദേശികഭാഷകളും പ്രാദേശിക സംസ്കാരവും തകർത്തുകൊണ്ട് ആഗോളവൽക്കരണം നടത്തുന്ന കടന്നുക

യറ്റം മലയാളത്തെയും വല്ലാതെ ബാധിച്ചിട്ടുണ്ട്. മാതൃഭാഷാ സ്നേഹം പുതുനാമ്പുകളായ കുട്ടികളിലെത്തിക്കാൻ കൃഷ്ണൻ കുട്ടി നടത്തുന്ന ശ്രമം അഭിനന്ദനീയം തന്നെ.

ഇന്ത്യയിലെ ജനസംഖ്യയിൽ മൂന്നിലൊന്നും കുട്ടികളാണെ ന്നറിയുമ്പോഴാണ് ബാലസാഹിത്യരചനയുടെ പ്രാധാന്യം ബോ ധ്യമാവുക. ഇന്ത്യയിലെ നൂറ്റി ഇരുപത്തൊന്നു കോടി ജനങ്ങ ളിൽ നാൽപ്പത്തൊന്നു ശതമാനം പതിനെട്ടുവയസിനു താഴെ യുള്ളവരാണ്. ഈ കുട്ടികളിൽ പന്ത്രണ്ടുകോടി ബാലവേല ചെ യ്താണ് ജീവിക്കുന്നതെന്ന യാഥാർഥ്യം എഴുത്തുകാരുടെ മാത്ര മല്ല ജനങ്ങളുടെയാകെ ശ്രദ്ധയിൽ വരേണ്ടതുണ്ട്. കുട്ടികൾക്ക് മുൻഗണന കൊടുക്കേണ്ട സമൂഹത്തിൽ കേവലം പരിഗണന യെങ്കിലും കിട്ടുന്നുണ്ടോ? വലിയൊരു കരുതൽ കുട്ടികളുടെ കാര്യത്തിൽ വേണമെന്ന് ഹൃദയത്തിൽ തട്ടി കൃഷ്ണൻകുട്ടി നമ്മളോടു പറയുകയാണ്. *ബൈബിളിൽ* പറയുന്നതുപോലെ പാറപ്പുറത്തു വിതച്ച വിത്തായി കുട്ടികൾ മാററരുത്. വെള്ളവും വളവും നൽകി വിത്തിനെ വളർത്തിയെടുക്കാനുള്ള ഉത്തരവാ ദിത്വം സമൂഹത്തിനാണ്. അതോർമിപ്പിക്കാനാണ് കൃഷ്ണൻ കുട്ടിയുടെ ശ്രമം. കുട്ടികൾ നാളെയുടെ വീട്ടിൽ താമസിക്കുന്ന വരാണെന്ന് ഖലീൽ ജിബ്രാൻ പറയും. അവർക്കിണങ്ങുന്ന ഭാവി യുടെ വീട് പണിയുന്ന ശ്രമകരമായ ജോലി നമ്മളോരോരുത്തരും ഏറ്റെടുക്കണം. വൈലോപ്പിള്ളി *വിഷുക്കണിയിൽ* പറഞ്ഞു:

ഏതു ധൂസര സങ്കൽപ്പങ്ങളിൽ വളർന്നാലും
ഏതു യന്ത്രവൽകൃതലോകത്തിൽ പുലർന്നാലും
മനസിലുണ്ടാവട്ടെ ഗ്രാമത്തിൻ വെളിച്ചവും
മണവും മമതയും – ഇത്തിരി കൊന്നപ്പൂവും.

നമ്മുടെ മണിക്കുട്ടന്മാർക്ക് കണികാണാൻ കൃഷ്ണൻകുട്ടി മടവൂർ ഒരുക്കിയ ഈ കൊന്നപ്പൂവ് ആഹ്ലാദത്തോടെ നമുക്ക് സ്വീകരിക്കാം.

അപ്പൂപ്പൻ

കൊച്ചേട്ടൻ ഗമയിലായ്
പാട്ടുകേൾക്കും ഗ്രാമഫോണോ
കൊച്ചുകുട്ടൻ നോക്കിടുമ്പോൾ
തുപ്പലിൻ കോളാമ്പി
മെച്ചമായ് ചുളിഞ്ഞതൊലി
തൊട്ടുനോക്കിയാലോ
കട്ടിലിൽ വിരിച്ചിടുന്ന
പട്ടുതുണിപോലെ
ഒട്ടുഞാന്നു കാതിൽ മിന്നും
ഒറ്റക്കൽകടുക്കൻ
വിക്രമാദിത്യന്റെ കഥയിലെ
പച്ചരത്നം പോലെ
എണ്ണതേച്ചു ചെറുചൂടു –
വെള്ളം തേകിക്കുളിക്കുമ്പോൾ
തൊണ്ണകാട്ടിച്ചിരിക്കുന്ന
കുഞ്ഞുതാനപ്പൂപ്പൻ
കട്ടിമീശ പിരിച്ചിട്ട്
കണ്ണടയും ഫിറ്റ് ചെയ്ത്
കമ്പ്യൂട്ടറിലെഴുതുന്നോ-
രച്ഛനേക്കാൾ കേമൻ.

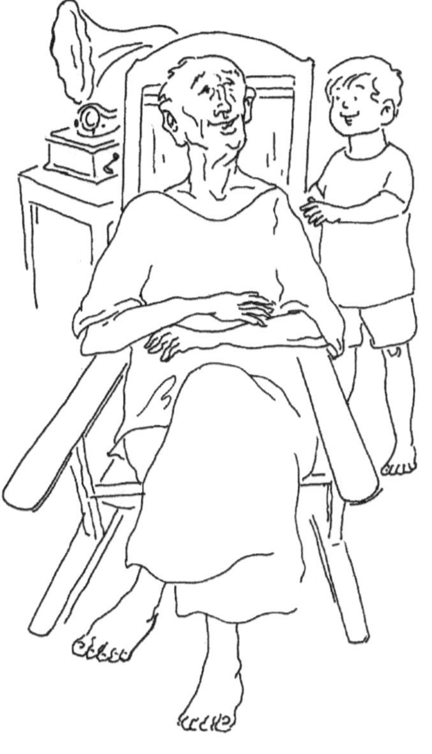

2
വേദന

വീണവായന കേട്ടിരുന്നീടിലോ
വീണ വേദന പാഞ്ഞൊളിച്ചീടുമേ
അൽപ്പദുഃഖത്തിലാണ്ടുപോയിടാതെ
മെച്ചമായ് തൻ പ്രവൃത്തിയെ നോക്കുവിൻ
അറ്റുപോയ വിരലിന്റെ വേദന
ഒട്ടുതാങ്ങാൻ കഴിയാതെ കേഴുന്ന
മർത്ത്യർ കണ്ടെങ്കിൽ! ഞെട്ടറ്റുവീഴുന്ന
കൊച്ചു ചെമ്പനീർപ്പൂവിന്റെ വേദന.

3
തൊട്ടാവാടി

തൊട്ടാവാടിക്കുഞ്ഞെയെങ്ങനെ
തൊട്ടാലുടനെ മയങ്ങുന്നു?
ഇത്തിരിയൊന്നു പറഞ്ഞീടാമോ
ഒത്തിരിവെള്ളം നൽകാം ഞാൻ
തൊട്ടിലിലുള്ളോരെൻ കുഞ്ഞനിയൻ
തൊട്ടാലുടനേയെഴുന്നേൽക്കും
ഇത്തിരിപോലും നേരം നിർത്താ–
തൊത്തിരിയങ്ങു കരഞ്ഞീടും.

4

അം...അ....!

അമ്മിഞ്ഞയിലുണ്ടമ്മ
അമ്പിളിയമ്മാവനിലുണ്ടമ്മ
അമ്മാനത്തുണ്ടമ്മ
അപ്പുറമമ്മലതന്നിലുമമ്മ
അമ്മിണിതന്നുടെയക്ഷരമാല–
യിലുണ്ട് ഒടുക്കമൊരമ്മ!

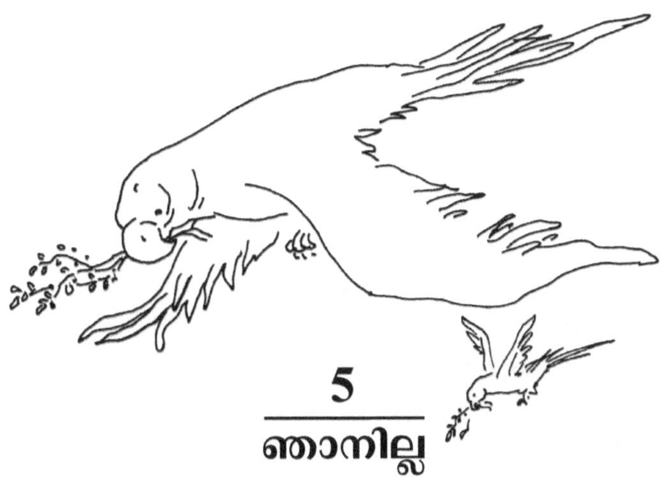

5
ഞാനില്ല

അതിരുകളില്ലാ മാനത്തൂടെ
കതിരും കൊത്തിപ്പായുമ്പോൾ
ചിറകു വിടർത്തും മോഹമടക്കി
കഴിയുന്നൂ ഞാൻ താഴത്ത്
കാടുകൾ മേടുകൾ താഴ്വാരങ്ങൾ

താണ്ടിപ്പായും തത്തമ്മേ
പോണവഴിക്കൊരു കുളമുണ്ടോ?
നിറയെ തവളക്കുഞ്ഞുണ്ടോ?
മാനത്തിന്റെ തലയ്ക്കൽ നിന്നും
മഴപെയ്യുന്നതു കാണാമോ?
ചുവന്ന ചുണ്ടുവിടർത്തിക്കൊത്തി–
ക്കവരാൻ ഞാറപ്പഴമുണ്ടോ......?
പകലോൻ നിന്നു ചിരിക്കുമ്പോൾ
നിൻ ചിറകിൻ തൂവലു കരിയുന്നോ?
കതിരാൽ മഞ്ഞക്കോടിയുടുത്തൊരു
വയലുകൾ കാണാനില്ലെന്നോ?
വേണ്ട,യെനിക്കു പറക്കണ്ടായീ
മണ്ണിൽ തന്നെ കഴിഞ്ഞോളാം
ചുറ്റും തച്ചുതകർക്കുമ്പോഴോ
സ്വപ്നക്കോട്ടകൾ കെട്ടണത്........?

6

ഇനി നാം പിന്നോട്ടില്ല

ഇന്ത്യപെറ്റമക്കൾ നമ്മ-
ളിന്നലെച്ചുമന്ന നുകം
ഇന്നു വീണ്ടും ചേർക്കുവാ-
നൊരുങ്ങിയെത്തും നീചരെ
ഹിന്ദു,മുസ്ലീം,പാഴ്സി,ക്രിസ്തു
ഭിന്നചിന്തയേശിടാതെ-
യൊന്നു ചേർന്നെതിർക്കുവാൻ
കരുത്തു നമ്മൾ നേടണം

പിച്ച വെച്ച് നാം വളർന്ന
പച്ച മണ്ണു വിറ്റുനാം
തുട്ടുനാണയങ്ങൾ നേടി-
യെത്ര നാൾ കഴിഞ്ഞിടും?
ശിഷ്ടകാലം നീറിടും
പണയമായ ജീവിതം
തൊട്ടുമുന്നിൽ കണ്ടുനാം
കരുതലോടെ നീങ്ങണം.
കാൽച്ചുവട്ടിൽ നിന്നു
മണ്ണൊലിച്ചു പോയിടുമ്പോഴും

കാലദോഷ ചിന്തകൊണ്ടു
നേരുകണ്ടിടാത്തവർ
കാണണം തുറന്നു വച്ച
കണ്ണു കൊണ്ടു ചുറ്റിനും
പാടണമുറക്കെ നാടിൻ
ചൂരലിഞ്ഞ പാട്ടുകൾ

കണ്ണുനീർ ചൊരിഞ്ഞു ദൈന്യ
ചിന്തയെ പകുക്കുവാ–
നുള്ളതല്ല പൂർവികർ
നമുക്കു തന്ന ജീവിതം
എന്തു നഷ്ടമാവുമെന്ന
ചിന്തയെ വെടിഞ്ഞുനാം
നൊന്തുപെറ്റ ഭാരതാംബ
തന്റെ മാനം കാക്കണം.

7

വശക്കുരുന്നുകൾ

ഗണിതത്തിൻ തറവാട്ടിൽ
വശമെണ്ണം കണക്കാക്കി
വിരുതൻമാർ പേരുനേടി
പല വിധത്തിൽ
വശങ്ങൾ മൂന്നുള്ളവനോ
ത്രിഭുജം, നാലുകാരന്നോ
ചതുർഭുജം, പഞ്ചഭുജം
ഷഡ്ഭുജമെന്നായ്............
വശമെണ്ണം കൂടിടുമ്പോൾ
പലപേരിൽ മിടുക്കന്മാർ
തറവാട്ടിൻ മുറ്റമാകെ
വിലസിടുമ്പോൾ
മിടുക്കത്തിയാമൊരുത്തി–
ക്കൊരുമുഖം വക്രതലം
ഇളയവൾ തുടുത്ത
തക്കാളിയെപ്പോലെ.......

8
ഒന്നാണ് നമ്മൾ

ഒന്നേ....ഒന്നേ.........
ഒന്നാണുലകം മർത്യർ തമ്മിൽ
ഉണ്ടാവേണമൈക്യം
എന്തിന് ജാതി, മതങ്ങൾ പേരിൽ
തല്ലിക്കീറിച്ചാവുന്നു?
നിന്നെപ്പോലെയയൽക്കാരനെയും
കണ്ടീടാനായ് ക്രിസ്തു പറഞ്ഞു
എല്ലാ മതവും നന്നാണെന്നതു
ചൊന്നതു നമ്മുടെ മുത്തുനബി
കൃഷ്ണൻ ചൊല്ലി കർമം ചെയ്യുക
ധർമം പാരിൽ നിലനിർത്താൻ
എന്നിട്ടെന്തേ, മതത്തിൻ പേരിൽ
മണ്ണിൽ നീളേ പൊല്ലാപ്പ്......?

9
തറവാട്

മലയാളത്തറവാടിൻ മണിമുറ്റത്തന്നൊരു
കിളിമകൾ കളഗാനം പൊഴിച്ചിരുന്നു.
തറവാട്ടിൽ താതൻ തൻ പിഞ്ചുപൈതങ്ങളെ-
യരുമയായ് പോറ്റി വളർത്തിവന്നു.
അകത്തളത്തമ്മയന്നലിവാർന്ന താരാട്ടിൻ

മൃദുഗാനം മൂളി കൊടുത്തിരുന്നു.
അതുകേട്ടുറങ്ങിയ പൈതങ്ങൾ പൂനിലാ-
വലിയുന്ന പുഞ്ചിരി പൊഴിച്ചിരുന്നു.

കളിവാക്കു ചൊല്ലിയ മാതുലൻ പേരിനാൽ
തറവാട് കോരിത്തരിച്ചിരുന്നു.
രസമൂറും പരിഹാസശരങ്ങളെയ്തെന്നെന്നും
ജനകീയനായിത്തിളങ്ങി നിന്നു.
മണ്ണിതിൽ സ്നേഹത്തിൻ മധുരം വിളമ്പുവാൻ
പിന്നെയൊരാൾ വന്നുദിച്ചു നിന്നു
അന്നോളം നിന്നൊരു തിന്മകൾ, ചട്ടങ്ങ-
ളൊന്നാകെ മാറ്റാനുറച്ചു പാടി
അറിവിന്റെ അക്ഷയഖനിയായി മറ്റൊരാ-
ളിലിരുളിനെ നീക്കും ദിവാകരൻ പോൽ
മധുവൂറും ചരിതങ്ങൾ മണിമുത്തായ് പിന്നത്തെ
തലമുറയ്ക്കരുളിയ കവിതിലകൻ
സിരകളിൽ ദേശീയ സ്നേഹത്തീജ്വാലകൾ
പടരുന്ന കവിതകൾ വിരചിച്ചൊരാൾ
കലകളെപ്പോറ്റുവാൻ മലയാളനാടിന്റെ
ഗുരുതുല്യനായി വളർന്നുവന്നു.

10

അമ്മ

ചക്കിപ്പുരുന്തേ, താഴെയെങ്ങാനുമെൻ
ചക്കരക്കുട്ടനെ കണ്ടോ നീ.........
കൊത്തിപ്പെറുക്കി നടക്കുന്ന നേരത്ത്
കൊത്തിക്കൊണ്ടെങ്ങാനും പോയയോ നീ?
മച്ചിന്റെ മോളിലടയിരുന്നെത്ര നാ-
ളെണ്ണിയെടുത്തൊരു മുത്താണേ..
കൊച്ചിരത്തുണ്ടുകൾ കൊത്തിക്കൊടുത്തു
കൊതിയെനിക്കൽപ്പവും തീർന്നീലേ.
മുറ്റത്തും കിണറ്റിന്റെ വക്കത്തുമിന്നലെ
കൊത്തിപ്പെറുക്കി നടന്നതാണേ....
ചക്കിപ്പുരുന്തേ, നീയെന്റെ കുരുന്നിനെ
തട്ടിയെടുക്കുവാൻ നോക്കരുതേ.........
വട്ടത്തിൽ പായുന്ന നേരവും കാത്തൊരു
കൊച്ചു മിടുക്കൻ നിനക്കുമില്ലേ....?

11

ഡ്രൈവർ മാമൻ

അമ്പമ്പോ, കെങ്കേമൻ തന്നെയീ
യമ്മാവനമ്പതിലേറെപ്പേരുള്ളോരീ വണ്ടിയെ
കുണ്ടിലും കുഴിയിലും വീഴ്ത്താതെയാരോടും
മിണ്ടാതെയൊറ്റയ്ക്കു മുന്നോട്ടു നീക്കുന്നു....!
ബെല്ലു കേൾക്കുമ്പോഴേ നിർത്തിയുമോടിച്ചു–
മെല്ലാടവും നിർത്തിയാളെക്കയറ്റിയു–
മെന്നും മുടങ്ങാതെ കാലത്തുമന്തിക്കു–
'മെന്താണു മോനേ' ന്നു ചോദിക്കും മട്ടിലെ–
ക്കിന്നാരഹോണു മുഴക്കുന്ന മാമാ,
കണ്ണുകൾ തെറ്റല്ലേ, കള്ളും കുടിച്ചേച്ചു
വണ്ടിയോടിക്കല്ലേ,പിന്നിലെയമ്പതു
പുഞ്ചിരിമായ്ക്കല്ലേ പുന്നാരമാമാ......

12

വയ്യാവേലി.....

അതിലേപോയ് വേലിയു–
മിതിലേ പോയ് വേലിയു–
മൊരുനാളിൽ നാട്ടിലെ–
യിടവഴീൽ കണ്ടപ്പോൾ
സൊറയിൽ തുടങ്ങിയ
സംസാരം വഴിവിട്ടി–
ട്ടതു പറഞ്ഞിതു പറ–
ഞ്ഞങ്ങോട്ടുമിങ്ങോട്ടും
തന്തേനേം പറയിച്ച്
തള്ളേനേം പറയിച്ചി–
ട്ടതുപിന്നെയടിയായി
പിടിയായി മാറിയി–
ട്ടൊടുവിലിരുവരു–
മതുവഴിക്കും പോയി
ഇതുവഴിക്കും പോയി

13

അകവെളിച്ചം

കൺമഷിക്കറുപ്പിലും കവിതയുണ്ടെന്നെന്റെ
പുന്നാരത്തത്തമ്മേ ഞാനറിഞ്ഞു.
കണ്ണീർ ചൊരിയാതെ ചുണ്ടത്തേനിനാൽ
പുന്നാരം പാടാൻ പഠിപ്പിച്ചു നീ
കണ്ണിൽ വിളക്കില്ലേലെന്താ–
ണെന്റെ കരളിൽ നിറച്ചും വെളിച്ചമില്ലേ.......?
പുല്ലായി, പുഴുവായി, പൂമരച്ചില്ലയാ–
യെന്നിൽ നിറയുന്നുണ്ടകവെളിച്ചം.
കണ്ണാലേ കാണുവാൻ വയ്യാത്തകാഴ്ചകൾ
തുഞ്ചന്റെ തത്തേ, പകർന്നതു നീ...

14

കാക്കച്ചിയുടെ പാട്ട്

കാണുമ്പോൾ കല്ലെറിഞ്ഞോടിച്ചിടാതെന്റെ
കാര്യങ്ങൾ കേൾക്കൂ കുരുന്നേ........
പാവങ്ങൾ ഞങ്ങൾ മനുഷ്യരാം നിങ്ങൾക്ക്
പായിച്ചിടാൻ മാത്രമാണോ?
വേലിക്കൽ വന്നു വിരുന്നു വിളിക്കാനും
ആരാന്റെയുച്ഛിഷ്ടം ഭക്ഷിക്കാനും
ക്ലാസിലെ കൗശലകഥകൾക്ക് പാത്രമായ്
കാക്കക്കെലപില കൂട്ടങ്ങളെത്രയോ
കാലമായ് നിങ്ങളോടൊപ്പമുണ്ട്.
കള്ളിക്കുയിലിന്റെ പാട്ടിന്നു കയ്യടി
കല്ല്യാണ വീട്ടിലും കാക്കയ്ക്ക് കല്ലെറി
വല്ലാത്ത ദുര്യോഗം തന്നെ; ബലിച്ചോറു
കണ്ടാലും ഞങ്ങൾക്കു പേടിയായി.

പ്രകൃതിമേളം

മുറ്റത്തു മുക്കാതം പാറി നടന്നുകൊ-
ണ്ടുച്ചത്തിൽ കാറുന്നു കാക്ക
മച്ചിൻമുകളിലിരുട്ടിൽത്തിളങ്ങുന്ന

നക്ഷത്രക്കണ്ണുമായ് പൂച്ച
തൊട്ടപ്പുറത്തെത്തൊഴുത്തിലുറക്കനെ
മുക്രയിടുന്ന പൂവാലി.
പൊട്ടക്കുളത്തിൻകരയിൽ പടർപ്പിലായ്
വർഷഗീതം പാടും മാക്രി
അത്യുഷ്ണമാറ്റുവാൻ ചുറ്റും ചൂളം കുത്തി-
ച്ചുറ്റിക്കറങ്ങുന്ന കാറ്റും
പൊട്ടിച്ചിരിച്ചും കുണുങ്ങിക്കലമ്പിയും
ഒച്ചയിട്ടൊഴുകും പുഴയും
ഒക്കെയും മേളിച്ചതല്ലേ പ്രകൃതിതൻ
വശ്യമാം സംഗീതരംഗം

16

സസ്യാശുപത്രി

കാട്ടിൽ തുറന്നുവച്ചു
ഒരു സസ്യരോഗാശുപത്രി
രോഗങ്ങൾ ഭേദമാക്കാൻ
കുറുന്തോട്ടി വൈദ്യരെത്തി
കൂടെ പരിചരിക്കാൻ ഔഷധ–
ത്തോഴിമാരൊത്തുകൂടി
ദേഹം ചൊറിഞ്ഞു വീർത്ത്
പാവമാം പാവയ്ക്കക്കുട്ടനെത്തി
ചിക്കുൻഗുനിയമൂലം മൂക്കിലാകെ
പുള്ളിക്കറുപ്പുവന്ന
കുന്നിമോളേയും കൊണ്ട്
നമ്മുടെ മഞ്ചാടി ചേച്ചിയെത്തി.
വെട്ടുകൊണ്ടറ്റുപോയ കൂമ്പെടുത്ത്
തുന്നലിട്ടൊത്തുചേർക്കാൻ
നേന്ത്രവാഴക്കുലയും വൈദ്യരെ
കാണുവാനോടിയെത്തി
ചുക്കിച്ചുളിഞ്ഞതൊലി
ക്രീം പുരട്ടിയെണ്ണ മിനുസമാക്കാൻ

ചന്ദനമുത്തിയമ്മ വടികുത്തി
ചന്ദ്രം പടിഞ്ഞിരുന്നു.
രോഗികൾ കൂട്ടമായിയാശുപത്രി
തേടിപ്പിടിച്ചുവന്നു
വാതം പിടിച്ചുവീണു, പാവം
കുറുന്തോട്ടി വൈദ്യരപ്പോൾ........

17
നായയും പൂച്ചയും

കാവൽ കിടന്നപ്പോൾ
നായയന്വേഷിച്ചു
കേട്ടൊരു ശബ്ദം
ഭൂകമ്പം പോലെ
ഉത്തരമായ് ചൊല്ലി
പൂച്ചക്കുറിഞ്ഞിയാൾ
മച്ചിൻപുറത്തൊരു
നച്ചെലി തന്നുടെ
കൊച്ചൊരു രോമം
പിഴുതു വീണു.

18

ആരാകണം?

എന്നെയെന്താക്കാനാണാഗ്രഹമെന്നൊരാ-
ളെന്നച്ഛനോടെങ്ങാൻ ചോദിച്ചെന്നാൽ
എഞ്ചിനീയർ, ഡോക്ടർ, വക്കീൽ, കളക്ടറെ-
ന്നല്ലാതെയുത്തരം വേറെയില്ല.
എങ്ങാനുമെന്നോടു ചോദിച്ചുപോയാലോ
എന്തെല്ലാമുണ്ടെനിക്കുത്തരങ്ങൾ....

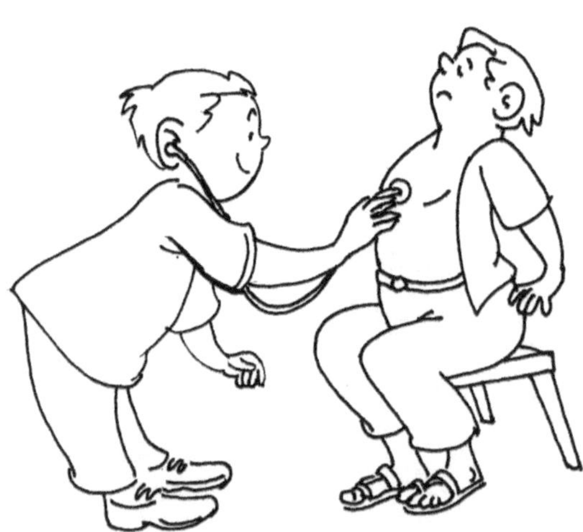

പണ്ടൊരുനാൾ വീട്ടിലുച്ചക്കൊടുംവെയിൽ
വല്ലാതെ വാട്ടിപ്പൊരിച്ചിടുമ്പോൾ,
കയ്യിലെക്കൂറ്റനാം ചുറ്റികകൊണ്ടൊരു
കല്ലേപിളർക്കുന്ന പാറവേലു
കയ്യിലുരുണ്ടു കളിക്കും മസിൽ കണ്ടു
വല്ലാത്ത വീര്യമെനിക്കുതോന്നി.
പഞ്ചാരിമേളം മുഴക്കുന്നയാശാന്റെ
കയ്യിലെത്തുള്ളുന്ന ചെണ്ടക്കോലിൽ
കണ്ണൂരണ്ടും നട്ടു കാവിലെ പൂരത്തി-
ലെല്ലാം മറന്നങ്ങു നിൽക്കുമ്പോഴോ,
ആശാന്റെ ശിഷ്യനായ് വിശ്വം ജയിക്കുന്ന
മേളപ്പദക്കാരനായീടണം.
കണ്ടാൽ തമാശച്ചരടുപൊട്ടിക്കുന്ന
മാഷിന്റെ ക്ലാസിലിരിക്കുമ്പോഴോ
മറ്റൊന്നുമാവേണ്ട മാഷുതന്നെമതി
യത്രയും കേമത്തം വേറെയുണ്ടോ?
എന്താണുകൂട്ടരേ, ഞാനായിടേണ്ടത്
എല്ലാരുമാവാൻ കൊതിയെനിക്ക്
എന്നിഷ്ടം നോക്കാതെയെന്നെയുന്തിത്തള്ളി
യെന്താക്കുവാനായ് ശ്രമിച്ചിട്ടെന്താ.....?

$$\textbf{19}$$

കിണ്ടാണ്ടം

കിണ്ടാണ്ടം.... കിണ്ടാണ്ടം..... ചക്കരക്കിണ്ടാണ്ടം
കറുത്തമുല്ലയ്ക്ക് കിണ്ടാണ്ടം
വെളുത്തപൂവിന് കിണ്ടാണ്ടം
കറുത്തമുല്ലയ്ക്ക് വെളുത്തപൂവിനെ
കൊടുത്ത രാവിന് കിണ്ടാണ്ടം
മിനുങ്ങും മിന്നാമിനുങ്ങു പാറുന്ന
തുടുത്ത സന്ധ്യയ്ക്ക് കിണ്ടാണ്ടം
തിളങ്ങും നക്ഷത്രം നിറഞ്ഞ വാനിനെ
പകുത്ത ചന്ദ്രന് കിണ്ടാണ്ടം
ചുവന്ന സൂര്യനെത്തിരയും താമര-
ക്കവിളിനുമൊരു കിണ്ടാണ്ടം...
തുടുക്കുമാമ്പലെ കടക്കണ്ണാലെയൊ-
ന്നുഴിഞ്ഞ ചന്ദ്രനു കിണ്ടാണ്ടം
പഴുത്ത വയലിലെ കതിരു കൊത്തിയ
വെളുത്ത പ്രാവിനു കിണ്ടാണ്ടം
വിളഞ്ഞനെല്ലിനായുയിരു നൽകിയ
ചെറുമിപ്പെണ്ണിനും കിണ്ടാണ്ടം....

20
കടൽത്തീരത്ത്

അന്തിപ്പന്തം കത്തുമ്പോൾ നിൻ
ചന്തം കാണാനെന്തുരസം!
കുമ്പിളു വെള്ളം കോരിയെടുത്തു
രുചിച്ചാലെന്തോരുപ്പുരസം!
പഞ്ചാരത്തരിമണ്ണിൻ കൂനയി–
ലുണ്ടാക്കാമൊരു കൊട്ടാരം
മണ്ണിലെ മാളം ലാക്കാക്കുന്നൊരു
ഞണ്ടിനു പിറകേ പാഞ്ഞീടാം
അങ്ങകലത്തായ് നീങ്ങുന്നുണ്ടേ
പൊൻമീൻ പോലൊരു കുഞ്ഞോടം
കുഞ്ഞോടത്തിനു മീതേ കാൺമൂ–
ചെന്നിറപോലും പൊൻതളിക
വെള്ളിക്കൊലുസുമണിഞ്ഞുവരും
തിരതുള്ളി നനച്ചു മേലാകെ
കണ്ണിലിരുട്ടു പരന്നാലും–ഈ
സന്തോഷത്തിരമായില്ല.

21

എന്റെ മലയാളം

എന്റെ മലയാളം ഇതു പുണ്യ മലയാളം
അമ്മതന്ന നറുംപാലിനുണ്മ മലയാളം
പിച്ചവച്ചുകളിച്ച മനസിനൊച്ച മലയാളം
കൊച്ചുകൈതക്കാടുനീട്ടും പച്ച മലയാളം
അന്തിമാനച്ചോപ്പു തന്നൊരു ചിന്ത മലയാളം
ആഴി പൊൽത്തിരയീണമിട്ടതുമരുമ മലയാളം
എട്ടു ദിക്കുമുയർന്നു കേൾപ്പതു മുഗ്ധമലയാളം
പട്ടുകസവുഞൊറിഞ്ഞു ചാർത്തിയ പ്രകൃതി മലയാളം
പൊന്നു പുലരി നമുക്കു തന്നതുദിച്ച മലയാളം
നെഞ്ചകത്തു നിറഞ്ഞുനിൽപ്പതു ജീവ മലയാളം
മുത്തുമൊഴികൾ പകർന്നു നൽകിയ മുത്തി മലയാളം
കച്ച, കളരിക്കഥകൾ തന്ന കരുത്ത് മലയാളം
ദേശഭക്തിയുറക്കെമീട്ടിയ വീണ മലയാളം
ദ്വേഷചിന്തയകറ്റി നിർത്തിയ രാഗമലയാളം
കയ്പുകാഞ്ഞിരമമൃതാക്കി മൊഴിഞ്ഞ മലയാളം
തൊട്ടിലാട്ടിയ ജനനിതന്നുടെ ഗാഥ മലയാളം
തെറ്റു ചൂണ്ടി മിഴാവു കൊട്ടിയ ശക്തി മലയാളം
പച്ചവേഷം കളിവിളക്കു തെളിച്ച മലയാളം

ആതിരക്കുളിർനീരിൽ മുങ്ങിയലിഞ്ഞ മലയാളം
മാബലിപ്പൂക്കളമൊരുക്കിയതോണമലയാളം
തുമ്പിയും ചെറുതുമ്പയും ചേർന്നീ–
ണമിട്ടൊരു പാട്ടിനിമ്പമിയന്ന
നാവിതുറച്ചു ചൊല്ലുമൊരരിയമലയാളം
ഓർമകൾക്ക് വിരുന്നു നൽകുമൊരലിവ് മലയാളം
ജീവകണികകളുൾനിറഞ്ഞ തുടിപ്പു മലയാളം

22
മുത്താരംകുന്ന്

മുത്താരം കുന്നിന്മേൽ മൂളിപ്പറന്നൊരു
മുത്തശ്ശിക്കാറ്റ് മൊഴിഞ്ഞതെന്തേ.....?

മുക്കുറ്റിത്തൊടികളും മുണ്ടകപ്പാടവും
മൂവന്തി മാനവും മാഞ്ഞുപോയി

നക്ഷത്രപ്പാടത്ത് കതിർകൊത്തുവാനെത്തും
തത്തമ്മക്കൂട്ടം ചിലച്ചിടുന്നു.

മുത്തുമണികൾ പെറുക്കിക്കൊറിക്കുന്ന
കൂർച്ചുണ്ടിൻ മൂർച്ച കുറഞ്ഞുപോയി

മുത്താരം കുന്നിന്റെ ചോട്ടിലെ മാളത്തിൽ
നച്ചെലിക്കുഞ്ഞുങ്ങളൊച്ചവച്ചു.

നോക്കെത്താദൂരത്തെ ചീനിപ്പാടം നീളെ-
യാരാന്റെ റബ്ബർ കുരുക്കൾ മാത്രം
കുളമാങ്ങ വീണ വഴുക്കാംതൊടികളും
പഴമാങ്ങാച്ചാർ വീണ മേടമാസോം
വരിനെല്ലിൻ കുലവീണ പൊന്നണിച്ചിങ്ങവും
മലയാളനാട് കടന്നുപോയോ?

മുത്താരം കുന്നിലെയോരോ മരങ്ങളും
കുറ്റികളായി പരിണമിച്ചു

അക്കാഴ്ചകാണുവാൻ കെൽപ്പൊട്ടുമില്ലാതെ
ചുറ്റും നോക്കാതവൾ കണ്ണടച്ചു
കൊച്ചു മൺകൂനയിൽ തൊട്ടുരുമ്മിപ്പോയ
മുത്തശ്ശിക്കാറ്റു മൊഴിഞ്ഞുവത്രെ !

മുത്താരം കുന്നിന്നൊരോരോർമ മാത്രം.......
ഒക്കെ മനുഷ്യന്റെയാർത്തിമൂലം........

23
ആകാശമേലാപ്പ്

കാറ്റുപുളയ്ക്കെച്ചില്ലക്കൊമ്പുകളാഞ്ഞുവിറയ്ക്കെ–
ച്ചക്കരമാവിന്നുച്ചിയിലായൊരു ചുള്ളിക്കൊമ്പ–
തിലങ്ങോട്ടാടിയുമിങ്ങോട്ടാടിയുമൊടുവിൽ
ഒരു കണ്ണീർത്തുള്ളിയൊടൊപ്പം മണ്ണിൽ
തല്ലിയടിച്ചു ചതഞ്ഞു തെറിച്ചതു മാവിൻ
കുഞ്ഞിനൊടൊപ്പം ഒരു ചെറുകുഞ്ഞാറ്റക്കൂട്.......
തെല്ലിടപോകേ,മണ്ണിന്നുമ്മകളായി –
ട്ടുരുളൻ കല്ലുകൾ വല്ലാതെറിയും പാകം
കുഞ്ഞുമനസുകൾ നൃത്തം വച്ചതു
കുഞ്ഞിക്കിളിയെക്കയ്യിൽ കോരിയു–
മരുമക്കുരുവിക്കവിളിൽ പറ്റിയ നീറിൻ
കാലുവിടർത്തി,പിന്നെച്ചുണ്ടു പിളർത്തി
നീരുകൊടുത്തു, തിരുമ്മിയുണർത്തി–
ത്താഴ്വാരത്തിൻ സിരകളിലേക്ക്
പറത്തിയിറക്കിയ സ്നേഹം
കുഞ്ഞിക്കയ്യുകളൊത്തു കിളർന്നാ–
ചെല്ലക്കൂട്ടിൻ ഭിത്തിയിണക്കിയൊരുക്കീ–
ട്ടാകാശത്തിൻ മച്ചിൽ വച്ചു.

24
നന്മയ്ക്കായി

നിർമലമായ മനസ്സ്, ശരീരം
സുന്ദരമായൊരു ചിന്ത.
ഉന്നതിനേടാൻ കഠിനശ്രമം
തെല്ലും പാടില്ലലസതയും
സമ്മതി നേടുമഭിപ്രായം; കടു-
കോളം വേണ്ടയഹങ്കാരം.
നല്ലൊരു വാക്കും പുഞ്ചിരിയും
അതു നന്മപ്പൂക്കൾ വിരിയിക്കും.
നല്ലതു മാത്രം കാണുക, കേൾക്കുക
നാടിനു വേണ്ടി പൊരുതുക നാം.

25

ഡിസ്കവറി ചാനൽ

തോട്ടുവരമ്പിലെ മാക്കാച്ചി
കരൾ പൊട്ടിവിളിക്കണ കേട്ടില്ലേ
എട്ടുപറക്കതിർ നിറയും പാടം
ചുട്ടെരിയുന്നതു കണ്ടില്ലേ.
അങ്ങേമുറ്റത്തിലവിൻ കൊമ്പിൽ
ചങ്ങാലിക്കിളി കേഴുന്നു.
കൂടുണ്ടാക്കാൻ കണ്ട മരത്തിൻ
കൊമ്പുകൾ വെട്ടിയെറിഞ്ഞല്ലോ!
കൊച്ചുകുളത്തിൽ പായലിനിടയിൽ
പെട്ട വരാലോ തേങ്ങുന്നു:
തൊട്ടയലത്തെക്കമ്പനി മൂലം
ചത്തിടുവാനിനിയെത്തറ നാൾ......?
ടി വി യെ നോക്കി ചുണ്ടുപിളർത്തി
പോപ്പിക്കുട്ടൻ ചീറുന്നു:
കാക്കക്കൂട്ടിൽ കുയിലമ്മക്കിളി
മുട്ടയിടുന്നതു കട്ടായി.

26
ഇന്ത്യ

പാറുന്നു–കൊടിപാറുന്നു
മൂവർണക്കൊടിപാറുന്നു
ചീറുന്നു–വെടി ചീറുന്നു
യന്ത്രത്തോക്കുകൾ ചീറുന്നു.
മാറുന്നു– ഗതി മാറുന്നു
നാടിന്റെ ഗതി മാറുന്നു.

27
ശുചിത്വം

നോക്കൂ, നമ്മുടെ കുട്ടിക്കാലം
കാർട്ടൂൺ മാത്രം കാണാനോ?
ആട്ടിയകറ്റിയ മാറാവ്യാധികൾ
കൂട്ടത്തോടെ തിരിച്ചുവരുമ്പോൾ
ചുമ്മാതെന്നും തിണ്ണയിലിങ്ങനെ
കണ്ണും പൂട്ടിയിരിക്കാമോ.....?

അണ്ണാൻകുഞ്ഞും തന്നാലായത്
ചൊല്ലതു നിങ്ങൾക്കറിയില്ലേ......
ചപ്പും ചവറും മുറ്റിനിറഞ്ഞൊരു
മുറ്റം ചെത്തി വെടിപ്പാക്കാം.
പൊട്ടിയ പാത്രം, കുപ്പി, ചിരട്ടകൾ
വെള്ളംകെട്ടും സ്ഥലമെല്ലാം
പെട്ടെന്നൊഴിവാക്കാൻ മടിയരുതേ
ബ്ലീച്ചിങ് പൗഡർ വിതറാനും
വ്യക്തിശുചിത്വം പാലിക്കാനും
പരിസരവൃത്തി വരുത്താനും
ശ്രദ്ധിച്ചാലോ രോഗാണുക്കളെ
പെട്ടെന്നാട്ടിപ്പായിക്കാം.......

28
തുമ്പികൾ പാറുന്നു

കളിചിരികൾ കൊണ്ടുകൊരുത്തൊരു
മണമൂറും നറുമാല്യങ്ങൾ
സ്നേഹത്തിൻ ഗന്ധംപകരാൻ
നാടെങ്ങും ചാർത്തീടാം
മണ്ണപ്പം ചുട്ടൊരു കൈകൾ
അറബിക്കഥകേട്ടൊരു കാതുകൾ
ഓണപ്പാട്ടീണം നൽകിയ
നാവുകളും ഞങ്ങൾ നൽകാം.
ഞങ്ങൾക്കായുലകം തീർക്കാൻ
മണ്ണിൽ പണി ചെയ്വോർക്കായി
നന്മപ്പൂവിരിയിക്കാനായ്,
എന്നും തീ തിന്നുന്നോർക്കായ്,
കുളിരലയായ് പാറിവരുന്നൊരു
പൂത്തുമ്പിക്കൂട്ടം ഞങ്ങൾ.
ഉണരട്ടെ നാടിതിലെങ്ങും
പുതു പുത്തൻ മാനവമൈത്രി
അലിയട്ടെ മനസുകളൊന്നാ-
യൊഴുകട്ടെ സ്നേഹതരംഗം.

29

ഓണക്കനവ്

വണ്ടും ശലഭവും പണ്ടുതൊട്ടേ
മണ്ടിക്കളിച്ചൊരാപ്പൂവാടിയിൽ
തെച്ചി, മന്ദാരങ്ങളുമ്മവച്ചാ–
പ്പിച്ചകവാടിത്തിളക്കമേറ്റി
സ്വച്ഛമായ് നീങ്ങുന്ന മാരുതന്റെ
കൊച്ചുതലോടൽ സുഗന്ധപൂരം
നെഞ്ചിന്റെയുള്ളിലെ സ്നേഹബിന്ദു
മഞ്ഞിൻകണങ്ങളായ് തങ്ങിനിന്നു
ആലോലമാടുന്ന ചെമ്പനീർ–
പൂവിന്റെ ചുറ്റും പറന്നു നിന്നു
ആരാന്റെ പൂമ്പൊടിയുണ്ണുവാനാ–
യാകാംക്ഷയോടെ തേൻതുമ്പികളും
ആരെനിക്കിന്നു നിറങ്ങളേകാൻ
ആരെനിക്കിന്നു മണം പകരാൻ
ഓരോന്നു ചിന്തിച്ചു നീരുവാർത്തു
ഓരത്തു നിൽക്കുന്ന കുഞ്ഞുകുമിൾ
ഓണമായില്ലേ നമുക്കുപൂക്കാൻ
ഓണവെയിലു പരന്നിടുന്നു.
വേലിപ്പടർപ്പിലെ ശംഖുപുഷ്പം
വേവലാതി തീർത്തു കാത്തുനിന്നു

കറ്റക്കിടാങ്ങൾക്കുതിർത്തിടാനായ്
മുറ്റം മെഴുകിക്കളം നിറയ്ക്കാൻ
പെട്ടെന്നൊരുങ്ങിത്തലയുയർത്തി
നിൽക്കുവാൻ തങ്ങളിൽ മത്സരമായ്

കാലത്തെഴുന്നേറ്റു കൂടയുമായ്
കോലോത്തെ കുഞ്ഞുകിടാങ്ങൾക്കൊപ്പം
കോരനും നീലിയും പങ്കുചേർന്നു
ഓണമിന്നല്ലേ നമുക്കെല്ലാർക്കും ...
മത്തന്റെ വള്ളിപ്പടർപ്പുമീതെ
കത്തിപ്പടർന്നൊരു പൂചിരിച്ചു
നീലി, നീ നുള്ളിടൂ വേഗമെന്നെ
നിന്റെ കളത്തിലിരിക്കവേണം.

കൂമ്പി, കവിൾക്കുടയൊട്ടിനിന്ന
സാവിത്രിയോടു മൊഴിഞ്ഞു കോരൻ
കാര്യമാക്കേണ്ടില്ലിതിത്രയൊന്നും
കാണു തമ്പ്രാട്ടിയീ കൊളാമ്പിപ്പൂ
കോരന്റെ തേനൂറും വാക്കിനാലേ
സാവിത്രി കോളാമ്പിപ്പൂവിറുത്തു
തോഴന്റെ കൂടയിലിട്ടുവേഗം
കോര, നാം പൂക്കളം തീർക്കവേണം.

ഓണനാൾ മാവേലിയാമോദത്താ-
ലോരോരോ വീട്ടിലുമെത്തിടുമ്പോൾ
ആർപ്പു വിളിക്കണം നമ്മളെന്നും
ആനന്ദമല്ലെയീ നാട്ടാർക്കെല്ലാം
കണ്ണുതിരുമ്മീയെഴുന്നേറ്റിടെ
കുഞ്ഞുമോളോരോന്നു കണ്ടതോർത്തു
കണ്ടതെല്ലാം വെറും സ്വപ്നമെന്നോ
ഓണമിന്നോർമയിൽ മാത്രമെന്നോ?

30

പട്ടാളം

കണ്ടിട്ടില്ലേ കവലകളിൽ
മീൻചന്തയ്ക്കുള്ളിൽ പട്ടാളം
വല്ലപ്പോഴുമൊരിക്കൽ നമ്മുടെ
ക്ലാസിലുമെത്തും പട്ടാളം
കിന്നരിവാലൻ തൊപ്പീം തോക്കും
ബൂട്സുമണിഞ്ഞൊരു പട്ടാളം
മാർച്ച്പാസ്റ്റ് സോങ്ങും ബ്യൂഗിലുമായി
ചേലിൽ നീങ്ങും പട്ടാളം
അൽപ്പം വലിയ സുബേദാർമാർ
മേൽനോട്ടം നോക്കും പട്ടാളം
ഭാരം കൂടിയ ലോഡും താങ്ങി
ചാരേ നീങ്ങും പട്ടാളം
കണ്ടിട്ടില്ലേ നിങ്ങൾ നമ്മുടെ
കുഞ്ഞനുറുമ്പിൻ പട്ടാളം.

31

പല്ലും നാക്കും

വെളുത്തുമിന്നും കൊട്ടാരം
വെണ്ണക്കല്ലിൻ കൊട്ടാരം
പവിഴച്ചിമിഴുതുറന്നാലാഹാ!
മുത്തുപൊഴിക്കും കൊട്ടാരം
ഒളിച്ചിരിപ്പുണ്ടൊരു സുന്ദരനാ
കൊട്ടാരത്തിനകത്തായി
മാന്ത്രിക വിദ്യകൾ പലതും പറയും
മായക്കാഴ്ച പകർന്നീടും.

32
മരങ്ങൾ പാടുന്നു

മരങ്ങൾ പാടുന്നു
മണ്ണും പാടുന്നു
മരങ്ങൾ, മണ്ണും, വിണ്ണും, പുഴയും
നമുക്കുവേണ്ടിപ്പാടുന്നു.
മേടപ്പുലരികൾ മണ്ണിൽ വാരി–
ത്തൂവിയ കൊന്നപ്പൂക്കളുമായി
മാടിവിളിപ്പൂ...... നമ്മെയക്ഷര–
ജാലകമരികെ പൊൻകണിയായ്
വസന്തകാലം നമ്മൾക്കായ്
സുഗന്ധമലരുകൾ വിരിയിപ്പൂ
കനത്തവർഷം നമ്മുടെ മണ്ണിൽ
നനുത്ത കുളിരുവിതയ്ക്കുന്നു
തിരിച്ചു നമ്മൾക്കരുളാൻ
ഹൃദയകിരണങ്ങൾ മാത്രം....
നിറഞ്ഞ നന്മകൾ നീളേപ്പുലരാ–
നുണർന്നു പാടുക നാം.....

33
മിന്നാമിനുങ്ങ്

അന്തിത്തിരിവെട്ടം മാഞ്ഞു
എങ്ങും ഇരുട്ടു പരന്നു
ചന്തത്തിൽ ചുറ്റിനുമെങ്ങും
മിന്നാമിനുങ്ങ് പറന്നു
പാരിന് പൊൻവെട്ടം പകരാൻ
മിന്നണ പെൻടോർച്ചും നൽകി
പാവങ്ങടെയുടയോനാണോ.
നിന്നെയയച്ചതു ചൊല്ലൂ.

കുന്നിൻചെരുവിലെ വീട്

കുന്നിൻചെരുവിലെ വീട്
കന്നുകുട്ടിക്കഴുത്തിലെക്കുടമണിയൊച്ചയിൽ
തുള്ളിക്കലെമ്പുന്ന വീട്
വെള്ളിക്കൊലുസിൻ കിലുക്കത്തിലോമന-
ക്കുഞ്ഞനിയത്തി ചിരിക്കുന്ന വീട്
ഉള്ളിൽ നിറഞ്ഞ സ്നേഹം പകർന്നമ്മയും
പുന്നാരം ചൊല്ലുന്നൊരച്ഛനും
നിറഞ്ഞുല്ലസിക്കുന്നൊരെൻ വീട്

വല്ലാത്തൊരിഷ്ടമാണെന്റെ കുഞ്ഞിക്കോഴി
നുള്ളിപ്പെറുക്കുന്ന കാഴ്ചകാണാൻ
എണ്ണക്കറുപ്പാർന്ന കാക്കയെപ്പേടിച്ച്
തള്ളച്ചിറകിലവയൊളിക്കുന്നതും
പൊന്നിനെപ്പോലെ കരുതിവളർത്തു–
ന്നൊരമ്മ തൻ കൊക്കു വിടർത്തിയാ
പക്ഷിയെക്കൊത്താനടുക്കുന്ന കാഴ്ച......
പുസ്തകക്കെട്ടുമായ് സ്കൂൾ വിട്ടു വൈകിട്ട്
കൂട്ടുകാരൊത്തുള്ള യാത്ര
മുക്കുറ്റിയും സ്ലേറ്റിപ്പച്ചയും നുള്ളുവാൻ
മത്സരിക്കുന്നതും വേലിക്കലെത്തുമ്പോ–
ളെന്റെ കാൽകീഴിലായ് മുട്ടിയുരുമ്മുന്ന പൂച്ച

അന്തിക്ക് കത്തിയെരിയും വിളക്കിന്റെ
മുന്നിലുറക്കെ ജപിക്കൽ
എന്തിഷ്ടമായിരുന്നെന്നോ എനിക്കെന്റെ
ചന്തം നിറഞ്ഞൊരു കുഞ്ഞുവീട്
    രണ്ടാഴ്ച മുമ്പാണെന്നച്ഛന് മാറ്റമാ-
    ണെന്നൊരു വാർത്ത ഞാൻ കേട്ടു
എനിക്കെന്തു വല്ലായ്മയായിരുന്നെന്നോ?
തമ്മിൽ പിണങ്ങാൻ കഴിയാത്ത
കൂട്ടരോടോരോന്നു ചൊല്ലിക്കരഞ്ഞു
പിന്നെയും കൂട്ടരും നല്ല ടീച്ചർമാരു-
മുണ്ടാകുമെന്നാശ്വസിച്ചു; എങ്കിലും
വല്ലാതെ നീറും മനസോടെയാണന്നൊ-
രന്തിക്കുയാത്ര പറഞ്ഞു.

എന്തു തിരക്കാണു ചുറ്റിനും കാണുവാൻ
വണ്ടികളല്ലാതെയില്ല.
കണ്ടാലറിയും മുഖമൊന്നു തേടി ഞാൻ
മിണ്ടാതെ നോക്കിയിരിപ്പൂ.....
എന്റെ കുഞ്ഞിക്കോഴി തള്ളയ്ക്കു ചുറ്റിനും
നുള്ളിപ്പെറുക്കുന്നുണ്ടാമോ.... ?

വൈകിട്ടു മുട്ടിയുരുമ്മുവാനാവാത്ത
പൂച്ചയ്ക്കു സങ്കടം കാണും
വേലിക്കൽ വന്നിരുന്നെന്നോടു പുന്നാരം
ചോദിച്ച തത്തേ മറന്നോ ?
ഓണത്തിൽ പൂക്കളം തീർക്കുവാൻ
മത്സരിച്ചേറെ പൂവിട്ട ചെടികൾ
ഓരോന്നു ചൊല്ലിക്കരയുവാനല്ലാതെ
വേറെന്തു ചെയ്യാനീ കോൺക്രീറ്റു കൂട്ടിൽ
എന്തിഷ്ടമായിരുന്നെന്നോ എനിക്കെന്റെ
ചന്തം നിറഞ്ഞൊരാ കുഞ്ഞുവീട്.

35
മണ്ണെഴുത്ത്

മണ്ണിനെത്തകർത്തിടുന്ന നീചരെത്തുരത്തുവാൻ
ഒന്നുചേർന്നു പാടുവിൻ സ്നേഹമുള്ള കൂട്ടരേ
വിത്തറിഞ്ഞുവിളകൾ കൊയ്ത നല്ലകാലമോർത്തു നാം
ചുറ്റുമുള്ള മണ്ണിനെ കരുതലോടെ കാക്കണം.
പൂക്കളും ഫലങ്ങളും നൽകിടും മരങ്ങളെ
മൂർച്ചയുള്ള മഴുവിനാൽ മുറിച്ചെടുത്തുമാറ്റി നാം
പച്ചയാർന്ന നാടിനെത്തകർത്തുമൊട്ടയാക്കി നാം
ചുട്ടുപൊള്ളും വേനലിൽ മഴയ്ക്കുവേണ്ടി തേങ്ങി നാം
പച്ചവെള്ളം കുപ്പിയിൽ നിറച്ചെടുത്തു വിറ്റു നാം
പച്ചയാർന്ന വയലുകൾ മണ്ണുകൂനയാക്കി നാം
കെട്ടിനാമുയർത്തി വാർത്ത കെട്ടിടങ്ങളെങ്ങുമേ
കെട്ടുപോയിടാത്ത പ്ലാസ്റ്റിക് കുപ്പയാക്കി നാടിനെ
കുമ്പിളിൽ നിറച്ചുവെള്ളമേകിയൊരരുവിയെ
കുന്നുകൾ, വനങ്ങളെ വെടിഞ്ഞുനാം കുതിക്കയോ... ?
ചാലുകൾ വരച്ച മണ്ണുമാന്തികൾക്കുചുറ്റിനും
ചേലിലായ്ക്കരങ്ങൾ കോർത്തുറക്കെ നമ്മൾ പാടണം
പ്രാണികൾ പുഴുക്കൾ മർത്യജാതികൾക്കുതുല്യമായ്

പാരിതിൽ കഴിയുവാൻ സമത്വമുണ്ടതോർക്കണം
വെന്തുനീറിടാതെ കാടുകണ്ണുവച്ചുപോറ്റണം.
നൊന്തു പെറ്റൊരമ്മയായി മണ്ണിനെക്കരുതണം.

36

ഞാനും കൂടി

കയ്ക്കുന്ന കാഞ്ഞിരത്തരുവിൻ കടയ്ക്കലായ്
കൊച്ചു കിളിമകൾ പാടി.
രക്ഷയറ്റിരുതനയർ മാതൃദുഃഖത്തിനാൽ
പറ്റേ തളർന്നിടാക്കഥകൾ
ചുറ്റും പരക്കുന്ന പൂമണം വീശുന്ന പട്ടു-
റോസാപ്പൂവിൻ ചോട്ടിൽ
ഇത്ര കഠിനമാം മുള്ളു ചേർത്തിട്ടൊരാ
സത്യം ചമച്ചതാരാവോ ....?
എത്രമേലുന്നതിയാർന്നൊരു വ്യക്തിക്കും
കഷ്ടകാലം പങ്കുവയ്ക്കാൻ
അത്രമേലാത്മസുഖം നൽകുമോർമകൾ
മറ്റൊന്നു വേറെയുണ്ടാമോ...?
വ്യക്തിദുഃഖങ്ങളോ പുല്ലാണു നമ്മൾക്കീ
തുച്ഛമാം ജീവിതച്ചോട്ടിൽ
എത്രമാത്രം ജീവവെട്ടം പകരുവാൻ
കത്തിജ്വലിക്കുന്നു സൂര്യൻ
മറ്റുള്ളവർക്കായി നീറിയൊടുങ്ങുവാൻ
കഷ്ടപ്പെടുന്നു തീനാളം
അത്രമേലായില്ലയെങ്കിലുമിന്നെന്റെ-
കൊച്ചുനാൾ കൊണ്ടൊരീ ഭൂമി
സ്വപ്ന വാസന്തപ്പുതപ്പുചൂടിക്കുവാ
നത്രയുമാഗ്രഹം ബാക്കി.

37

പൂരം

മേലേക്കാവിൽ പൂരത്തിൽ
ആരെല്ലാമെന്നറിയേണ്ടേ?
നെറ്റിപ്പട്ടം കെട്ടിവരുന്നേ
കൊച്ചയ്യപ്പൻ കരിവീരൻ
പിറകേവച്ചുപിടിക്കണ് പാവം
ചെണ്ടക്കാരൻ കൊച്ചാപ്പി
ടിണ്ടക..... ടിണ്ടക....... താളം മേളം
പൂരം കാണാൻ പോരുന്നോ.......?

38
പണിയുന്ന കയ്യുകൾ

കുട്ടൻ ചിരിക്കുന്നു.
കൂറ്റനാം പാറയിൽ
കൂടം പതിക്കുന്ന കാഴ്ചകാൺകെ
അച്ഛന്റെ കയ്യിലുരുണ്ട മസിലുകൾ
കുട്ടന്റെയുള്ളിൽ കൊതിയുണർത്തി
ഒട്ടുനാൾ ചെന്നാൽ ഞാനച്ഛനെപ്പോലെയീ
പച്ചമണ്ണൊക്കെയും പൊന്നാക്കീടും
ചേറിൽപ്പുതഞ്ഞു പണിയുന്നവരുടെ
കൂറല്ലേ നാമുണ്ണും പുത്തരിച്ചോർ
പാടം പറമ്പിലും ചേറ്റിലും പണിയുന്ന
പാവങ്ങളല്ലേയീ നാടൊരുക്കി.

39

കാട്ടിലെ പള്ളിക്കൂടം

കാട്ടിൽ പള്ളിക്കൂടം വന്നു
കാടുമുഴുക്കെ ഉത്സവമായ്
കണക്കുസാറായ് കടുവച്ചാർ
കളിയുടെ സാറായ് കങ്കാരു
ഒട്ടകമാണേ ഹെഡ്മാസ്റ്റർ
പാട്ടിനു ടീച്ചർ കുയിലമ്മ

പാട്ടു തുടങ്ങീ കൂ...കൂ...കൂ...
കുട്ടികൾ പാടി കാ...കാ...കാ...
കാ...കാ... പാടിയ കുട്ടികളെ
പറഞ്ഞുവിട്ടു കുയിലമ്മ.

കണികാണാൻ

കണിവെള്ളരി കായ്ക്കും വയലിൽ
കൊന്നമരം പൂക്കും വഴിയിൽ
വിത്തും കൈക്കോട്ടും പാടി
വിഷുപ്പക്ഷി വന്നീടുമ്പോൾ
കണ്ണൻ കണിയായെത്തുമ്പോൾ
കൈനീട്ടം വാങ്ങാനായ്
പൊൻപുലരിക്കസവുമണിഞ്ഞ്
മലയാളി പെൺകൊടിയാടി

തെങ്ങിന്റെ കുരുത്തോലകളിൽ
കാറ്റുമ്മകൾ വച്ചൊരു നാൾകൾ
തങ്കത്തിൻ താലികൾ തൂക്കി
കനകമരം കളിയാടിയ നാൾ
'പണ്ടത്തെകാലമിതല്ലേ
പാണന്റെ പാട്ടുമിതല്ലേ'
കമ്പിവിളക്കിന്റെ തലയ്ക്കൽ
ചെമ്പോത്തു കരഞ്ഞുപറഞ്ഞു
ഉച്ചാരവരിച്ചിരുമെല്ലാ–
മുദകക്രിയ ചെയ്തുകഴിഞ്ഞു
പത്തായമടുപ്പിലെരിഞ്ഞു

പുന്നെല്ലിൻ പൊലിമ മറഞ്ഞു
മണ്ണുഴുതുമറിക്കാൻ കാള,
കലപ്പകളും കാണാനില്ലേ
പൊൻ നാണ്യം കനവിൽമാത്രം
പൊന്നുരുളി കടയിൽ മാത്രം
കൈനീട്ടം നൽകിയ കൈകൾ
കനിവിന്നായ് കൈനീട്ടുന്നു.

നിറയുന്ന നിരത്തിൽ നീളെ
ചിതറുന്ന പടക്കം മാത്രം
പൂത്തിരിയും മത്താപ്പൂവും
പിള്ളേർക്കിന്നെന്തിന് കൊള്ളാം
മേടത്തിൽ മിസൈലുകളില്ലേ
നാളത്തെപ്പൊലിമ പടർത്താൻ
പത്താമുദയത്തിൻ നാളിൽ
റബ്ബർക്കുഴിയഞ്ഞൂറെണ്ണം
കൂമ്പാളത്തൊപ്പിയുമായി
ജെ സി ബി കിളയ്ക്കാനെത്തി
കൂമ്പില്ലാക്കണ്ണൻ വാഴകൾ
കൂമ്പാര കാഴ്ചകളായി
ഹൃദയത്തിന്നറകൾ നൂറായ്
ചിതറുമ്പോൾ മണ്ണു പറഞ്ഞു
തൊണ്ടക്കുഴിയിറ്റുനനയ്ക്കാൻ
രണ്ടുകവിൾ നീരുതരാമോ...?

മേഘത്തെത്തോണ്ടിയെറിഞ്ഞ്
കാറ്റിന്റെ കരുത്തുതടഞ്ഞ്
വാനോളം വളരാനായ
യന്ത്രമനുഷ്യന്മാർ മൗനം...
താഴെയ്ക്കൊരുപൊത്തിലിരുന്ന
നത്തിന്റെ കരച്ചിൽ കേട്ടു
നാളേക്കൊരു പാദം വയ്ക്കാൻ
മണ്ണിത്തിരിയെവിടെന്നത്തും..?

41
അരിയെത്ര?
പയറഞ്ഞാഴി

പഠിക്കും പാഠത്തിനിടയിലായൊരു
മരമടിയെന്നെ കുഴയ്ക്കുന്നേ
ശരിക്കതിന്റർഥം പറഞ്ഞു നൽകാതെ
വിടില്ല മമ്മിയെയടുക്കളേൽ

ഉണക്കച്ചില്ലയിൽ കരിഞ്ഞുണങ്ങിയ
യിലകൾ താഴേക്കു പതിക്കുമ്പോൾ
എളുപ്പത്തിൽ വീഴാനടിച്ചിടുന്നൊരു
പണിയാ മോളേയീ മരമടി.

അനുഷമോളുടെ വീട്ടില് ചക്കടാ–
വണ്ടിയൊന്നുണ്ടായിരുന്നുവത്രേ!
എത്ര ടയറുണ്ടതിന്നു പറയാമോ
ഇത്രനാൾ ഞാനതു കണ്ടതില്ലേ.

ചക്കയുരുളുംപോൽ റോഡുനിരപ്പാക്കാ–
നൊച്ചുപോൽ നീങ്ങുന്ന വണ്ടിയാണേ
ചക്കടാ ശബ്ദം മുഴക്കുന്നതിനാലേ
ചക്കടാ വണ്ടിയായ് പേരുകേട്ടു.

പത്തായമെന്നൊരു വാക്കുമീ പുസ്തക–
ത്താളിനിടയ്ക്കു വായിച്ചുകേട്ടു.

പത്തായം പോയിട്ടിന്നൊറ്റയായം പോലു–
മിത്രയും നാളായി കേട്ടതില്ലേ

മമ്മീടെ ക്ലബ്ബിലെ കൂട്ടുകാർ ചേർന്നാലോ–
യെത്ര ഞായങ്ങൾ നിനക്കു കേൾക്കാം
പത്തുപേർ ചേർന്നിരുന്നിത്തരം ഞായങ്ങ–
ളൊത്തു ചൊല്ലീടുമ്പോൾ പത്തായമായ്

മമ്മീ, കലണ്ടറിലിന്നത്തെത്തീയതി–
ക്കോളത്തിലായ് കാൺമൂ ഞാറ്റുവേല
വേലയെന്താണെന്ന് ചൊല്ലിത്തന്നീടാമോ
വീണ്ടുമൊരെണ്ണം ദാ, ഏകാദശി

നേരം കടന്നങ്ങുപോയതറിഞ്ഞില്ല
സീരിയലെന്തായിക്കാണുമാവോ?
ഗോപി ഉഷയ്ക്കു വിഷം കൊടുത്തിന്നലെ
പാവമവൾക്കെന്തു പറ്റിയാവോ?

നന്മകൾ കണികണ്ടുണരാൻ

സ്മിത അരവിന്ദ്

നന്മകൾ നാടുവെടിഞ്ഞു പോകുന്ന സമകാലിക ലോകത്ത് കുട്ടികൾക്ക് ബാല്യം തന്നെ സങ്കീർണമാകുന്നുണ്ട്. പഠനഭാരവും കുടുംബാന്തരീക്ഷവും ടി വി, കമ്പ്യൂട്ടർ പോലുള്ള മാധ്യമങ്ങ ളുടെ ആധിപത്യവും അവരെ ബാല്യത്തിന്റെ മായിക ലോക ത്തു നിന്നും ആട്ടിയകറ്റുന്നു. എല്ലാത്തിനും പ്രകാശവേഗമാണ്; ഇന്ന് വിജയത്തിന്റെ അളവുകോലുകളിലൊന്ന്. അവിടെ ഭാവ നയുടെ ഊഞ്ഞാലാട്ടത്തിന് മാവുകളെവിടെ? സ്വപ്നങ്ങൾക്കു പൂക്കളമെഴുതാൻ കുന്നിറങ്ങി പൂപ്പൊലിപ്പാട്ടുകൾ പാടാൻ അവർ മറന്നു പോയിരിക്കുന്നു. കുരുന്നു മനസുകളുടെ നന്മകൾ വര ണ്ടുണങ്ങുന്നു — മുത്തശ്ശിക്കഥകളും നാട്ടുപാട്ടുകളും മുതിർന്ന തലമുറയ്ക്കു തന്നെ അവ്യക്തമായ ഓർമകളായി നിൽക്കു മ്പോൾ, അവയുടെ മാധുര്യം പകർന്നുകൊടുത്ത് സ്വപ്നങ്ങളി ലേക്ക്, നറുനിലാവു പൊഴിക്കുന്ന പുഞ്ചിരിയിലേക്ക് കുരുന്നു കളെ കൂട്ടിക്കൊണ്ടുപോകുന്നു, ബാലസാഹിത്യകൃതികൾ.

കവിതകളായും കഥകളായും ഒക്കെ നിരവധി കൃതികൾ അവർക്ക് സ്വപ്നലോകം തുറന്നു കൊടുക്കുന്നുണ്ട്. എന്തിലും സൗന്ദര്യത്തെ ദർശിക്കാൻ, കൗതുകം കൊള്ളാൻ കഴിയുന്ന കുഞ്ഞുമനസുകളുടെ സ്പന്ദനങ്ങൾ സ്വാംശീകരിച്ച നാൽപ്പ ത്തിയൊന്ന് ബാല കവിതകളുടെ സമാഹാരമാണ് ശ്രീ കൃഷ്ണൻ

കുട്ടി മടവൂര്‍ രചിച്ച *കണികാണാൻ* എന്ന കവിതാ സമാഹാര ത്തിലുള്ളത്.

കുഞ്ഞുമനസിന്റെ സന്തോഷങ്ങളും വേദനകളും ഒപ്പിയെ ടുത്ത പോലെ കണിക്കൊന്നയുടെ കാഞ്ചനസൗരഭം പൊഴി ക്കുന്ന ഈ കവിതകളില്‍ പ്രകൃതിയെ, നാടിനെ, കുടുംബത്തെ എന്നുവേണ്ട കുട്ടികളുടെ ലോകത്തെ ചേതോഹരമായി അണി യിച്ചൊരുക്കിയിരിക്കുന്നു.

മറ്റുള്ളവന്റെ വേദനയറിയാതെ തന്റെ ഇത്തിരി നൊമ്പര ത്തില്‍ അഭിരമിക്കുന്ന ഈ തലമുറയോട്

അറ്റുപോയ വിരലിന്റെ വേദന

ഒട്ടുതാങ്ങാൻ കഴിയാതെ കേഴുന്ന

മര്‍ത്യര്‍ കണ്ടെങ്കില്‍! ഞെട്ടറ്റുവീഴുന്ന

കൊച്ചു ചെമ്പനീര്‍പ്പൂവിന്റെ വേദന

എന്ന് 'വേദന' എന്ന കവിതയിലൂടെ കവി ഓര്‍മപ്പെടു ത്തുന്നു. കച്ചവടത്തിനു വന്നവര്‍ അധികാരികളായി മാറിയ പഴ യകാലത്തെ അടിമത്തത്തിന്റെ നുകം ഇന്ന് പുതിയ വേഷമ ണിഞ്ഞ് എത്തുമ്പോള്‍ കവി ഓര്‍മപ്പെടുത്തുന്നു.

കാണണം തുറന്നു വച്ച

കണ്ണുകൊണ്ടുചുറ്റിനും

മാത്രമല്ല

എന്തു നഷ്ടമാവുമെന്ന

ചിന്തയെ വെടിഞ്ഞു നാം

നൊന്തുപെറ്റ ഭാരതാംബ

തന്റെ മാനം കാക്കണം

എന്ന ആഹ്വാനവും 'ഇനി നാം പിന്നോട്ടില്ല' എന്ന കവിത യില്‍ ചേര്‍ത്തു വയ്ക്കുന്നു.

മതസൗഹാര്‍ദത്തിന്റെ മഹനീയാദര്‍ശങ്ങള്‍ വിളങ്ങ ഭാരത ഭൂമിയില്‍ മതത്തിന്‍ പേരില്‍ നീളേപ്പൊല്ലാപ്പ് എന്നു വേവലാതി പ്പെടുന്ന കവിയെ കാണാനാകും.

മലയാളകവിതയുടെ ഗുരുകാരണവന്മാരെ നമിച്ചുകൊ ണ്ട് 'തറവാട്' എന്ന കവിത കുട്ടികള്‍ക്ക് സാഹിത്യത്തറവാട്ടി ലേക്ക് കിളിവാതിലുകള്‍ തുറന്നിടുന്നു. അകക്കണ്ണില്‍ വെളിച്ചം

പകർന്നുതന്ന തുഞ്ചന്റെ കിളിമകളെ 'അകവെളിച്ചം' എന്ന കവി തയിൽ സ്മരിക്കുന്നു.

കുഞ്ഞു ജനിച്ചു വീഴുന്നതിനു മുമ്പുതന്നെ അവനെ ആരാ ക്കണം എന്ന് തീരുമാനിക്കുന്ന മാതാപിതാക്കൾക്കുള്ള മുന്നറി യിപ്പാണ് 'ആരാകണം' എന്ന കവിത.

പ്രകൃതിക്കുമേൽ മനുഷ്യൻ നടത്തുന്ന ക്രൂരതകളുടെ ബാ ക്കിപത്രം പോലെ നിൽക്കുന്ന മുത്താരം കുന്നിന്റെ ദയനീയമു ഖമാണ് 'മുത്താരംകുന്ന്' എന്ന കവിത.

മുത്താരം കുന്നിലെയോരോ മരങ്ങളും

കുറ്റികളായി പരിണമിച്ചു

അക്കാഴ്ച കാണുവാൻ കെൽപ്പൊട്ടുമില്ലാതെ ചുറ്റും നോക്കാ തവൾ കണ്ണടച്ചു. കൊച്ചു മൺകൂനയിൽ തൊട്ടുരുമ്മിപ്പോയ മുത്ത ശ്ശിക്കാറ്റു മൊഴിഞ്ഞുവത്രെ!

മുത്താരം കുന്നിന്നൊരോർമ മാത്രം........

എന്നു പരിതപിക്കുന്ന കവി, "ഒക്കെ മനുഷ്യന്റെ ആർത്തി മൂല" മാണെന്ന് രോഷംകൊള്ളുന്നു..

കൂട് തകർന്നു വീണ കുഞ്ഞാറ്റക്കിളിയെ പരിചരിച്ച് നീരു നൽകി, ജീവൻ നൽകി താഴ്വാരത്തിൻ സിരകളിലേക്ക് പറത്തി യിറക്കിയ കുഞ്ഞിക്കൈകളുടെ സ്നേഹം, ഒത്തൊരുമിച്ച് തകർന്ന കിളിക്കൂടിന്റെ ഭിത്തിയിണക്കി ആകാശമച്ചിൽ ചേർത്തു വച്ചു. നന്മയുടെ തിരയിളക്കമാണ് 'ആകാശമേലാപ്പ്' എന്ന കവിത.

പ്രകൃതിയിലെ കാടും മലയും മണ്ണും വയലും നദിയും നിർദാ ക്ഷിണ്യം നശിപ്പിച്ചു നമ്മൾ. അവിടെ നിറഞ്ഞ ജീവതാളത്തിന്റെ സൗന്ദര്യം നുകരാൻ ചാനലുകൾക്കു മുന്നിൽ തപസ്സിരിക്കുന്ന ഇന്നിന്റെ യാഥാർഥ്യമാണ് 'ഡിസ്കവറി ചാനൽ' എന്ന കവിത.

ഓർമകളിൽ മാത്രം ഓണസമൃദ്ധി ആസ്വദിക്കേണ്ടി വരുന്ന മലയാളിയുടെ നഷ്ടബോധമാണ് ഓണക്കനവ്.

ഗ്രാമത്തിൽ നിന്നും നഗരത്തിലേക്ക് പറിച്ചു നടപ്പെട്ട ബാല്യ ത്തിനു നഷ്ടമായത് തള്ളയ്ക്കു ചുറ്റും കൊത്തിപ്പെറുക്കുന്ന കു ഞ്ഞിക്കോഴിയും, വൈകിട്ട് മുട്ടിയുരുമ്മാനാവാതെ സങ്കടവുമായി ചുറ്റിത്തിരിയുന്ന പൂച്ചയും, ഓണത്തിനു പൂക്കളം തീർക്കുവാൻ

മത്സരിച്ചു പൂവിടുന്ന ചെടികളുമൊക്കെയാണ്. ഒപ്പം തമ്മിലിതു വരെ പിണങ്ങാൻ കഴിയാത്ത കൂട്ടുകാരും. ഈ കോൺക്രീറ്റ് കൂട്ടിലിരുന്ന് ഓരോന്നു ചൊല്ലിക്കരയുവാനല്ലാതെ കുന്നിൻചെരു വിലെ കുഞ്ഞുവീട്ടിലേക്ക് തിരികെ ചെല്ലാനാകില്ലല്ലോ. നഗരം ബാല്യത്തിനു തീർത്ത തടവറയാണ്. 'കുന്നിൽചെരുവിലെ വീട്' എന്ന കവിത.

പ്രകൃതിയെ നശിപ്പിച്ച് നമ്മെ തന്നെ കുരുതി കൊടുക്കുന്ന പുത്തൻ തലമുറയോട് 'മണ്ണെഴുത്ത്' എന്ന കവിതയിൽ കവി ഓർമപ്പെടുത്തുന്നു: എല്ലാം തച്ചുതകർത്ത് നാം ഇല്ലാതാക്കിക്കഴി ഞ്ഞു. ഇനിയും എല്ലാം തീർക്കാൻ എത്തുന്ന മണ്ണുമാന്തികളോട് നാം കരം കോർത്തു പാടണം.

പ്രാണികൾ പുഴുക്കൾ മർത്യജാതികൾക്കു തുല്യമായ്
പാരിതിൽ കഴിയുവാൻ സമത്വമുണ്ടതോർക്കണം.
കുഞ്ഞുങ്ങളോട് കവി ആഹ്വാനം ചെയ്യുന്നതിതാണ്.
വെന്തുനീറിടാതെ കാടു കണ്ണുവച്ചുപോറ്റണം
നൊന്തുപെറ്റൊരമ്മയായി മണ്ണിനെക്കരുതണം
'കണികാണാൻ' എന്ന കവിതയിലും ആർത്തിപൂണ്ട മനു ഷ്യനോട്

"നാളേക്കൊരു പാദം വയ്ക്കാൻ
മണ്ണിത്തിരിയെവിടെന്നെത്തും" എന്ന ചോദ്യമാണ് കവി ഉയർത്തുന്നത്.

പുതുതലമുറയ്ക്ക് അന്യമായ പലതും എന്തെന്നു പറഞ്ഞു കൊടുക്കാൻ പോലും പ്രയാസപ്പെടുന്ന മുതിർന്നവരുടെ പരി ഷ്കാരഭ്രമത്തോടുള്ള കവിയുടെ പരിഹാസമാണ് "അരിയെത്ര പയറഞ്ഞാഴി" എന്ന കവിത.

കുട്ടിത്തത്തിന്റെ കൗതുകങ്ങൾ, കുസൃതികൾ, നന്മകൾ, നിഷ്കളങ്കത, വിഹ്വലതകൾ എന്നിങ്ങനെ നിരവധി അംശങ്ങൾ ചിത്രീകരിക്കുന്ന ഈ കവിതാസമാഹാരം അവരുടെ ഭാവനയെ, കളിമനസിനെ, സ്വപ്നങ്ങളെ, മോഹങ്ങളെ തൃപ്തിപ്പെടുത്തും എന്ന കാര്യത്തിൽ തർക്കത്തിനു പ്രസക്തിയില്ല. ബാല്യം നേര റിവിന്റെതാണ്. അതിനെ തൃപ്തിപ്പെടുത്താൻ കഴിയുക ജന്മസാ ഫല്യമാണ്.

9 789382 328933